கவித்தூரலில்

இயற்கை

பதிப்பகம்

Kavithooralil Iyarkai

Edited by Infant Nesan. J

Copyright ©

Infant Nesan. J - POETRY WORLD ORG 2021

ISBN (Paperback) - 9789390724079

First Edition : 2021

Book Design by POETRY WORLD

கவித்தூரலில்

இயற்கை

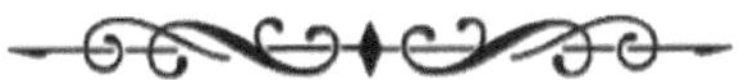

தலைமை தொகுப்பாளர்

சே.அ.பார்கவி

தொகுப்பாளர்

இன்பெண்ட் நேசன் ஜா

கவித்தூரலில் இயற்கை

உயிர்களுக்கு அடைக்கலம் கொடுத்த இயற்கை

அன்னையின் எழில் கொஞ்சும் அழகினையும், அவள்

படைத்திட்ட பொருட்களின் மேன்மையினையும், மனிதன்

அவளுக்கு செய்திட்ட தீங்கினையும் கவிதையாய்

உள்ளடக்கியதே.,

இந்த கவிதைத் திரட்டு.

தலைமை தொகுப்பாளர்

இவள் திருமதி.பார்கவி சிவபிரகாஷ், மஞ்சள் மாநகரமான ஈரோட்டை சேர்ந்தவள். இவள் புனைப்பெயர் "கவியின் கவிதை". கணிதவியல் முதுகலை பட்டம் முடித்தவள். இன்று தன் கனவுகளை முழு மனதோடு ஆர்வமாய் பின் தொடர்கிறாள்.

தனது இன்ஸ்டாகிராம் பக்கத்தில் (@kaviyinkavithai) ஏறத்தாழ 2500க்கும் மேற்பட்ட குறுங்கவிதைகள், நீள்கவிதைகள் பல புனைந்துள்ளார். *Spectrum of thoughts*ல் இணை எழுத்தாளராகவும், தன் முதல் கவிதை திரட்டான *"Enticement of fondness/*காதலின் தாகங்கள்*"* தொகுத்துள்ளார். இப்பொழுது *Poetry World Organisation*ல் தலைமை தொகுப்பாளராய் பல கவிதை திரட்டினை வழங்கி வருகிறார்

வான்மேக காதல்

திடீர் மேகமாய் என்னுள் நுழைந்தாய்
நான் எதிர்பாரா தருணத்தில் காதல் ஊற்றாய்
என்னவன் என்ற புது உணர்வாய்...

கண்ணைப் பறிக்கும் மின்னலைப் போல்,
அவ்வப்போது வந்து சென்று
என் இதயத்துடிப்பை அதிகரிக்கச் செய்கிறாய்...

கனவாய் தோன்றி என்
நெஞ்சத்தினில் வாழ்ந்து
கண்களுள் நுழைந்து காற்றாய் மறைகிறாய்...

மாயையாய் மட்டுமே இந்த நொடி
வரை வாழ்ந்து கொண்டிருக்கிறது
நமக்கான காதலாய் என்னுள் நிறைந்து...

காலமும் நேரமும் மட்டுமே
அறிந்த ஒன்றாய் உள்ளது, உன்னைக் கண்டு
நம் காதல் மொழிதனை பரிமாறிக்கொள்வது என்பது.

- கவியின் கவிதை

தொகுப்பாளர்

இவர் இன்பென்ட் நேசன் ஜா, அறந்தாங்கியை சேர்ந்தவர். பொறியியல் மூன்றாம் ஆண்டு பயில்பவர். கவிதையின் மீது கொண்ட ஆர்வ மிகுதியால் கவிதைகள் பல படித்தார் அதன் விளைவே இன்று தமிழ், இவரை ஒரு கவிஞனாக உயர்த்தியுள்ளது.

இவர் தனது இன்ஸ்டாகிராம் பக்கத்தில் *@eeranila_kavidhaikal* குறுங்கவிதைகள், நீள்கவிதைகள் பல புனைந்துள்ளார். "என்னவளுக்காக" நூலின் ஆசிரியர்.

அந்திமாலை

கூடுச் செல்லும் சிட்டுக்களின்

இன்னிசை சேர்க்கும் ஓசையும்!

செக்கச் சிவந்த வானில்

கதிர்களை சுரிக்கிடும் கதிரவனும்!

தன் ஆதிக்கம் செலுத்த

எழுந்து வரும் சந்திரனும்!

வானை மின்னொளியால் அலங்கரிக்க

மின்னும் ஒளியுடன் விண்மீன்களும்!

ஆகா...

எத்துனை ரமணீயம் இந்த அந்திமாலையிலே!

இவை யாவும்...

இயற்கை நமக்கு தந்த பேரின்பம்!

— இன்பென்ட் நேசன் ஜூ

உள்ளடக்கம்

இயற்கை

புல்லினங்களின் புரிதல்கள்!

புரவிகளின் துள்ளல்கள்!

களிறுகளின் பிளிறல்கள்!

சலனமில்லா ஓடையில்; சலசலக்கும் மீன்கள்!

தொலைதூர மரங்கள்! தொட்டுவிடும் தூரத்தில்;

பூமித்தாயின் மார்புகளாய்- மலைகள்!

பின்னணியில் தொடுவானம்! அதன் மேலே வெண்மேகம்!

பருவப் பெண்ணாய் முகம் சிவந்து;

வெட்கித் தலை நீட்டும் சூரியன்!

விடியலை எதிர்பார்த்து; கரை சேரும் ஓடக்காரன்!

விவரிக்கும் வார்த்தைகளை, கண் முன்னே காட்சியாக்கி;

களிப்படையும் மனம்!

இதுவே இயற்கையின் அற்புதம்!

இவை அனைத்தும்; இறைவனுக்கே சமர்ப்பணம்!

பானு

இதயத்துள் இயற்கை

பூமியின் தோற்றத்திலே

பூத்துக்குழுங்கும் செடிகொடிகள்

புதுமணம் பரப்பி நின்று

புன்னகைத்து வரவேற்கிறது

அடவியின் அழகை காண

அடியெடுத்து வைத்தவுடன்

ஆனந்த குயிலின் ஓசை

அரணி முழுதும் எதிரொலிக்கும்

இயற்கை இதுதான் என்று

மெய்மறந்து நிற்கும் போது

மென்மையாய் தென்றல் வந்து

மேனியை மெய்சிலிர்க்குமே

வெயிலுக்கு திரைபோட்டு

விருட்சமாய் வளர்ந்த மரங்கள்

விண்ணையும் ரசிக்க வைக்கும்

மண்ணையும் ருசிக்க வைக்கும்

மாமழையும் பொழிய வைக்கும் அதை

மனதிலே பதிய வைக்கும் இயற்கையே இதயம் என்று!

முனைவர் **R. R**

இயற்கையின் விந்தை

கருநிற வானில் உலா வரும் வெண்ணிற பந்தே....

உன்னை வானில் எறிந்தது யார்...?

உனக்குள் இருக்கும் பிம்பத்தின் உருவம் தான்
என்னவோ...?

நீ குழந்தைகள் கண்டு வியக்கும் வினோத பொருளா..?

கவிஞர்களின் கவிகளின் கருப்பொருளா...?

காலை எங்கே செல்கிறாய்...?

மாலை ஏன் வருகிறார்...?

மாதத்தில் சில நாள் ஏன் தேய்கிறாய்...?

மாதத்தில் சில நாள் ஏன் வளர்கிறாய்..?

சில தினங்கள் வானில் எங்கும் நீயே...

சில தினங்கள் நீ இல்லா கருமை சூழ்ந்த வான்...

போன்ற எண்ணற்ற வினாக்கள் தோன்ற,

இறுதியில் உணர்ந்தேன் அது இயற்கையின் விந்தை
என்று...

தர்ஷினிப்பிரியா.ர

இயற்கை ஓர் அதிசயம் !

நீல வானம் அதில் மலர்ந்திடும்

பகல் இரவு வான்மலர்கள்

பசுமை போர்த்திய மலைகள்

வான் சரிந்து விழுந்த குன்றுகள்

சமவெளிகள் பாலைவன சோலைகள்

இங்கு பூத்து குலுங்கும் மலர்கள்

காயத்திடும் மரங்கள் கனிந்திடும் பழங்கள்

காற்றை மயக்கும் நறுமண மலர்கள்

உயர் வானில் உயர சிறகடித்து பறக்கும் பறவைகள்

ஓடிவிளையாடும் உயிரினங்கள்

மெல்லிய காற்றில் ஒலித்திடும் இன்னிசை

அனைத்தும் அற்புதம் அதில் அன்பு இதயம்

கொண்ட மனிதனின் படைப்பு ஒரு மகத்துவம்

இவ்வுலகம் இங்கு நாம் காணும்

ஒவ்வொன்றும் பிரமிப்பு - அவன்

ஈசன் தன் உயிர் மூச்சில் வரைந்து வாழ்ந்திடும்

உன்னத உயிர்வோவியம்.

அருண்குமார் ப

இயற்கை

ஏன் இப் பூமியை படைத்திட்டாய் இறைவா?

இங்கு இயற்கையெனும் சக்தியினை

இயங்கட் செய்தே ஞானத்தை

எனக்களித்தாய் ஒவ்வொன்றாக நயந்து

அவற்றை அனுபவித்து பாடுதற்கோ?

பண்பாடக் குயிலினையும் படைத்தே

தோகை பரத்தியழகாய் அகவ மயிலைத்

தேர்ந்து விண்வெளியெல்லாம்

தாரகைகள் பூக்கச் செய்தே விலையில்லா

மணிகள் போல் இயங்கச் செய்தாய்...

புல்வெளி மீது படர்ந்திருக்கும் பனித்துளி அழகு!

சில்லென்று தூறும் மழைச்சாரல் அழகு!

மழைக்காலத்தில் வரும் வானவில் அழகு!

பார்ப்பவை எல்லாம் பதிய வைக்கும்

பசுமை பூமி குளிர்ந்து பயிர் வளர உதவுகிறது மழை

இயற்கையில் அடங்கும் இன்பம் எல்லாம்

எத்தனை யுகம் கடந்தாலும் அற்புதப்படைப்பு.

கி.கிரிசாந்த்

இயற்கை வரைந்த ஓவியம் ஒன்று

இரவுகள் பல கடந்தன

நாட்களோ சில ஓடின

நாடுகளோ தடுமாற்றம் பல அறிந்தன....

நடுவில் நிறுத்தியது எல்லாம் நடக்க தொடங்கின

வேலைகள் எல்லா தொடர்ந்தன

வேடிக்கை காணும் கண்களின்

நிலையும் நெகிழ ஆரம்பித்தனவே மீண்டும்....

ஏழை என்னும் பெயரோடு

பாய் ஒன்றும் பானை ஒன்றும்

ஏந்திய நிலையில் போராட்டம் ஒன்று

தொடங்கினவே இயற்கையினால் வரைந்த

இந்த காட்சியைக் காண

கண்கள் சில முன்வந்தனவே...

அ.கோ.யோகேஷ்

இயற்கை

கவலை கரைந்திட காற்றுடன் சேரு...

தனிமை தளர்ந்திட தண்ணீராய் மாறு...

மறுமலர்ச்சி மலர்ந்திட மலையினில் ஏறு....

நிம்மதி நிலைத்திட நிலவினை பாரு..

இவை ஒருசேர கிடைத்திட இயற்கையை நாடு...

ஜெயசீலன் கவிக்குரல்

கடல் அன்னை

சீற்றம் கொண்ட சிலையயவள்

சிறுப்பிள்ளையின் சாயல் அவள்

மீனவனின் மூச்சு காற்றானவள்

முனங்கள் கொள்ளும் மொழி அவள்

உப்பளம் அங்கே உருவாகும்

உழைக்கும் கரங்கள் நமதாகும்

அத்தனை சிறப்பும் இங்குண்டு

இறைவன் படைப்பே அவள் என்று

இதயம் கவர்ந்தவள் தான் என்று

இரும்பாய் போனது மனிதம் இன்று

குப்பையெல்லாம் அவள் மடியில்

மாண்ட மீன்கள் எல்லாம் வலை பிடியில்

வாழ்வாதாரம் விழி பிதுங்கியது

வானம் கூட வண்ணம் மாறியது

கடல் அன்னையின் கரை கரைந்தது கண் வழியே

கவிதையின் காதலி நந்தினி

இயற்கையில் ஒரு பெண்மை

பாரெங்கும் பரந்திருப்பாள்

பலவேடம் பூட்டிருப்பாள்

வானவில்லால் வகுடெடுத்து

வட்டநிலா பொட்டிடுவாள்

பச்சைநிற பிரியையவள்

பனிபுல்லாய் படர்ந்திருப்பாள்

அலைகளில் அழகியவள்

அண்டத்தின் அன்னையவள்

மாணிக்க மலையவள்

மண்ணுக்கு மழையவள்

ஈதலில் ஈசனவள்

இவ்வுலகாளும் இயற்கையவள்!

காவியா ரவிச்சந்திரன்

இயற்கை ஈழில்லா அழகு

நீண்ட வெள்ளி கம்பிகளாய் மண்ணைத் துளைத்து

உயிர்களை மலரச் செய்யும் மழை புல் மேலே

உறங்கும் பனியை முத்தமிட்டு,

தன்னுடனே புதிய விடியலை அழைத்து வரும் பகலவன்

மழையும் வெயிலும் ஊடல் தீர்ந்து

காதல் கொள்ளும் பொழுதில் தோன்றும் வானவில்

சுயநலம் பார்க்கும் மனிதனுக்குத் தன்நலம் பாராமல்

நிழல் தரும் மரம்

இரவை அலங்கரிக்க தன் தோழிகளோடு

காட்சியளிக்கும் வெண்நிலா

மலை ஏறி உயரத்தில் இயற்கையோடு உரையாடி

பனியை குடித்து வளரும் சூரியனை இரசித்து

இயற்கையின் எழிலில் என்னையே மறந்துவிட்டேன்

ரீங்காரமிட்டு பூவின் தேனைச் சுவையை ருசிக்கும் தேனீ

கூட்டம்

தென்றலின் இசைகேற்ப தலையசைக்கும் மரங்கள்

கடலை விட்டு கரையோரம் கதைப்பேசச் செல்லும் கடல்

அலைகள்

இவை அனைத்தும் இயற்கையின் வாரிசு

இயற்கை ஈடில்லா அழகு,

அதனை இரசிக்க இரண்டு விழிகள் போதாது...

 கு.தயாலினி

இயற்கை

கருமேக கூட்டங்கள்

பூமியை நோக்கி சத்தமிட தொடங்கின!

மலையில் விழுந்த மழைத்துளி

நதியாக சென்று மண்ணை அழகு செய்ததே!

நதியாக வந்த மழைத்துளிகள்

நிலத்தில் பாய்ந்து பசுமையை காண செய்ததே!

பசுமையை காண பறவைகள்

பசியை ஆற்றியே இனிமையாய் வானில் பறந்து
சென்றதே!

வானில் பறந்து செல்லும் போதும்

இயற்கையால் மனம் மகிழ்ந்ததே!

கவிநிலவன் ச.அஜய்

இயற்கை ஒளியின் உளறல்

சுழித்தோடும் சிற்றாற்றில் சிதறியதோர் சொற்றொளியாம்!

சிலிர்த்தெழுந்த கயலெல்லாம் காட்டியதோர்
வேடிக்கையாம்!!

மயங்கி நிற்கின் கமலத்தின் காம்பாகி

நறுமணமாய் நாற்றிசையும் நாசித்துளை புகுந்திருமாம்!!

கானகத்தின் காரிருளை கற்புகலை காழுகனாய்

கலைப்பதேனோ? மரமெல்லாம் தலைசாய்த்து
நின்றதேனோ?

ஒளியின்றி உணவேது? ஊக்கம்தர உள்நுழைந்தேன்!!

ஒளிசேர்க்கை நிறைவுற்றீர் ஓடிமறைவேன்
என்றுரைத்ததாம்!

மனவிருளை மாற்றமிட, புதுவொளியை புகலிடுவோம்

நல்வழியை நயமாக நவில்ந்திடவே துணையிருப்பேன்!

நிழலிற்கும் காவற்கேட்கும் காலமிது, நெருப்பாக

சுட்டெரிப்பேன் நயவஞ்சம் செய்திங்கு வந்து நிற்பீன்!

கண்ணொளியோ காணொளியோ கவர்ச்சியன்று எம்தேகம்.,

காதலுற்று கவனித்துப்பார் கக்குங்கனல் நானன்றோ!

வழியற்றோர் வாழ்வெனினும் ஒளியொன்று தேவைதானே!

கவிஞர்மணிமாறன்.மு.மே.

இன்றும் மாறாத இயற்கை

காலங்கள் மாறியது..

மழைச்சாரலென தென்றலும் மின்சார குளிர் காற்றானது..

மாலையில் மண்ணில் விளையாடும் விளையாட்டும்

உள்ளங்கையில் ஒரு பெட்டியில்

விரல்களால் விளையாடும் விதியானது..

காலையில் சேவல் கூவும் சத்தமோ..

கைகளில் செல்போனில் கூவுகிறது.. இந்த இயற்கை

மாறியதா??

மாறாத இயற்கை...

ஒவ்வொரு பெண்ணும் உணரும்

அந்த தாய்மை உணர்வு - மாறவில்லை

மனம் தளரும் தருணம்

தாய்மடிக்கு ஏங்கும் கணம் - மாறவில்லை

பிள்ளை பசியாற்ற அவள் இரத்தத்தை

விருந்தாக்கிய விருந்தோம்பல் - மாறவில்லை

அம்மா என்றழைக்கும் நேரம்

அவள் கண்களில் வரும் கண்ணீர் - மாறவில்லை

என்றும் மாறாத இயற்கை.. தாய்மை..

மு.படையப்பன்

இயற்கையின் எழில்

இனியதாம் எந்தன் உலகம் இயற்கையின் கைவசத்தில்...
காலை விழித்ததும் கண்ணெதிரே கதிர்பாய்ச்சிடும்
செங்கதிரோன்...
மனமயக்கும் மாலைவேளையதில் இரவை இயக்கவரும்
வெண்மதியாள்...
மண்ணினின்று விண்சென்று மாரியாக மாறிவரும்
கார்முகில்...
வெண்ணிலவை முற்றுகையிட்டு யாழும் அழகுதானெனும்
விண்மீன்கள்...
கண்குளிர கணம்கணம் கரைவந்து கவர்ந்திழுக்கும்
அலைதிரை..
புவிசுற்ற வழிசெய்து கம்பீரத் தோற்றமளிக்கும்
நெடுமலைகள்...
மக்களுக்கும் மாக்களுக்கும் பயனளிக்கும் கிளைவழிக்
காடுகள்...
வீழ்ந்தாலும் நல்லோசை எழுப்பி களிப்பூட்டும் நீரருவிகள்...
மாசுபடுத்தும் மாந்தனுக்கு மாசுநீக்கி சுவாசமளிக்கும்
மரங்கள்...
பணிவாலோ எதனாலோ தலைதாழ்த்தி நின்றிடும்
நெற்கதிர்கள்...
இவையாவும் இயற்கைத்தாய் இன்பத்துடன் நமக்கீன்ற
பரிசன்றோ?
இன்பந்தான் இங்குண்டோ இயற்கை இங்கு இல்லையெனில்?
இறையோன் அமைத்த இயற்கையதன் கைவசமே
அண்டமெலாம்..!

வினோதினி. ச

இயற்கையின் மொழி

வானவில்லின் வண்ணப்பாதையில்

வாழ்க்கைப்பயணம்..

நிலவின் மங்கிய ஒளியில்

நித்தம் நித்திரை..

காற்றின் மெல்லிசையே போதும்..

காலங்கள் மூன்றிற்கும்..

தென்றலின் தேனிசையே போதும்..

தெவிட்டாத வாழ்விற்கு..

மாலையில் மரணம் என்றாலும்

காலையில் மலர மறப்பதில்லை மலர்கள்!

திசையற்றுத் திரிந்தாலும்

திசையெட்டிலும் இன்பம் பரப்பும் தென்றல்!

இயற்கையின் மொழி

இதயத்தின் மொழியானால்

இதயம் புன்னகைக்கும்..

இன்பம் சிறகடிக்கும்

கீர்த்தனா

அழகிய அவள் (இயற்கை)

வார்த்தைகளால் வரையறுக்க முடியாத ஓவியம் அவள்

ஏனென்றால் அவளை வரைந்தவனோ இறைவன்

ஏழுவண்ணங்களையும் ஆடையென உடுத்திக் கொண்ட

மங்கையவள்

இருபால் மனிதருக்கு மட்டுமல்ல உலகில் படைக்கப்பட்ட

அனைத்து உயிர்களுக்கும் சமமான தாய் அவள்

தன்னம்பிக்கை வார்த்தைகளின் ஊற்றானவள்

தனிமையில் உன்னோடு சேர்த்து என்னையும் ரசிக்க

செய்தவள்

அமுதம் தரும் வேளையில் அன்னையும் நீயே

நிழல் தேடி வரும் போது இளைப்பாற உன் மடி தந்த

தோழியும் நீயே

தெரிந்தே பல தவறுகள் செய்து நான் வாழ உன்னை

அழித்தாலும்

மீண்டும் நல்வளங்களையே வழங்குகிறாய்

என் நாட்டின் அடையாளம் அது நீயே!

எனது அடையாளம் அதை உணர்த்துபவளும் நீயே!

தீபிகாசிவக்குமார்

உண்மையில் இயற்கை என்றால்

கண்களுக்கு குளிர்ச்சியாய்

காட்சி தரும் காட்சிகளும்.

மனதிற்கு குளிர்ச்சியாய்

உணர வைக்கும் காட்சிகளும்.

உயிரற்ற பொருட்களால் வந்த

இவை தான்

இயற்கை என்று நம்பிக்கொண்டிருந்தேன்!

நேற்றுவரை.மட்டும் !

இன்று

இயற்கையில் இயற்கையாய்

செழித்திருக்கும் ஓர் இயற்கை மனதைக் கண்ட பின்

ர.ஹரிஷ் குமார் ராட்ச்சசன்

நிலவு பித்தன்

இருள் சூழ்ந்த பூமியில்,கருமை மை பூசிய

நீளமான நீல சேலையின் சோலை புறாவே

வெண்மை நிறம் பூசிய மேகத்திடம்

கண்ணாபூச்சி விளையாட்டோ

விளையாட்டாய் உன்னை சிறை யிட்டேன்

என் வீட்டு முற்றத்தில் சிறுவயதில்,

சிறைப்பட்டது என்னவோ நானே உன்னிடத்தில்,

தேய்பிறை அன்று தேடுகிறேன் உன்னை..

தேகம் மெலிந்து ,விழிகள் விரிந்து உன்னிடம்

போட்டியிட்டு தோற்றுப்போய் மின்மினிப் பூச்சாய்

ஒளிரும், நட்சத்திரத்திடம் கேட்டேனே ...

தோற்றவள் எப்படி முழுமையாய் தருவாள் உன்னை.

வளர்பிறை வரை காத்திருக்கிறேன் ஒன்றையே நினைத்து

தன்னையே மறப்பது பித்தன் என்றால்

உன்னையே ரசித்து என்னையே மறந்து பித்தன் ஆகிறேன்

காதல் கொண்டவன் உன்னை வைத்து கவி பாடுகிறான்

உன் மீது காதல் கொண்ட நான் உன்னையே கவி
பாடுகிறேன்

R.K.திலகவதி

இயற்கை

நட்சத்திரங்களையெல்லாம்...

வானவிலால் கோர்த்து..

சேலை முடித்துக் கொள்கிறாய்....

வெண்ணிலவை முழுதாய் எடுத்து

முன் நெற்றியில் சூடிக் கொள்கிறாய்...

கதிரவனை கரைத்து

கன்னத்தில் மஞ்சலிட்டுக் கொள்கிறாய்....

இருளையெல்லாம் அரைத்து

இமை மேலே மையிட்டுக் கொள்கிறாய்....

இப்படி, இயற்கையெல்லாம் அள்ளிப் பூசி

உன்னை அழகுப்படுத்திக் கொண்டு....

என் மொத்த இயற்கையுமாக நீயே,வந்து
நிற்கின்றாயடி!!!....

ஏ.யவிண்குமார்

கவித்தென்றலில் இயற்கை

நிலவு; வானத்தின் கவிதை!

மொட்டு; செடியின் கவிதை!

அலை; ஆழியின் கவிதை!

சிற்பம்; உளியின் கவிதை!

ஓவியம்; தூரிகையின் கவிதை!

பூப்பெய்தல்; பெண்ணின் கவிதை!

காதல்; இதயத்தின் கவிதை!

சிரிப்பு; இன்பத்தின் கவிதை!

அழுகை; துன்பத்தின் கவிதை!

பிச்சை; பஞ்சத்தின் கவிதை!

பிறப்பும் இறப்பும்; வாழ்வியலின் கவிதை!

என் தமிழ்த்தாயின் உடன்பிறப்பே...

உன் அழகை வர்ணிக்க,

தமிழ் மொழியிலே வார்த்தையில்லையடி சகியே!

சொக்கி மட்டுமே நிற்கிறேன்...!

உன் ரசிகனில் ஒருவனாய்!

கோகுல் ராதாகிருஷ்ணன்

இயற்கை அழகு

மெல்ல வீசும் காற்று

சுட்டெரிக்கும் சூரியன்

இரவை அழகாக்கும் மதி

ஓர் அழகுதான்

சிறகடித்து பறக்கும் சிட்டுக்குருவிகளின் சத்தங்கள்

இனிய இசைதான்

பச்சை நிற ஆடை அழகாக உடுத்திய

மலைகளும் அழகுதான்

மனதை மயக்கி துள்ளி குதித்து

விளையாட வைத்து மகிழ வைக்கும்

மழையும் ஓர் அழகுதான்

இத்தனை அழகை அள்ளித்தரும்

இயற்கை எழில் அழகிற்கு எல்லாம் அழகுதான்

உங்களில் ஒருவன், சபரிநாதன்

இயற்கையாக விரும்பிகிறேன்

பறவையாக விரும்புகிறேன்

நீலவானில் நித்தம் செல்வதற்கு...

மீனாக விரும்புகிறேன்

ஆழ்கடலின் அழகை இரசிப்பதற்கு...

மழையாக விரும்புகிறேன்

மக்கள் துயர்த் தீர்ப்பதற்கு....

மரமாக விரும்புகிறேன்

மண்ணிற்கு பயனாய் வாழ்வதற்கு...

பூவாக விரும்புகிறேன் வண்டுகள்

கொஞ்சி விளையாடுவதற்கு...

நெருப்பாக விரும்புகிறேன்

தீமைகளை அழிப்பதற்கு ...

இயற்கையாக விரும்பிகிறேன்

இன்பமாய் வாழ்வதற்கு..!

கவிகாதலி (கண்மணி. *R*)

இயற்கையும், நானும்

இருண்ட வானில் வெண்ணிலவாய்

என்னை மயக்கியது போதாது என்று,

பூமியில் மலராய் மலர்ந்து,

நான் வசிக்கும் வீதி தோறும் வாசம் வீசுகிறாய்!

வாசமாக காற்றில் கலந்து என் மூச்சில் கலக்கிறாய்!

உன்னை தடுக்க முயற்சிக்க, நீயோ!

நான் எல்லையற்ற இயற்கை என்கிறாய்!

நான் செல்லும் வழி எங்கும்,

உன் பச்சை நிற போர்வை விரிக்கிறாய்!

கடலும், வானமும், மண்ணும்,மழையுமாக

என்னை ஆட்சி செய்கிறாய்!

உன்னை மீறி நான் செயல்படும் போது,

இடியும், மின்னலுமாக, கடலில் இணைந்து, புயலாக மாறி!

என் மீது போர் தொடுக்கிறாய்!

போரில் வென்று என்னை அடிபணிய வைக்கிறாய்!

லோ.சந்தியா

மழைத்துளி

வானிலிருந்து வந்தாயோ? தேவதையின் இதழ்களிருந்து!

வான்மேக கூட்டம் தாண்டி எனைக்காண வந்தாயோ?

உன் சிறுத்துளியை கண்டபின்னால் — இவ்வுலகில்

எத்துயரம் எனக்கு உண்டோ?

எங்கு சென்று மறைந்தாயோ? நீ ஏன் இத்தனை காலம்
காணவில்லை?

ஆடி காற்றும் அனலாய் வந்தது! ஆவணி மழையும்
பொய்த்து போனது!

விவசாயத்தின் விடியல் காண விடிவெள்ளியாக விரைந்து நீ
வந்தாயோ?

ஏர்ப்பூட்டி உழைக்கும் மக்கள் வாழ்க்கை எழிலாக மாற்றம்
தந்து

ஏரிகள் எல்லாம் பொங்கி வழிய செய்தாய்!

குளங்கள் எல்லாம் கொஞ்சி குளாவும் வண்ணம்

மழைத்துளியால் நிறையச் செய்தாய்!

உன்னை கண்ட இன்பத்திலே மக்கள் !

இதயத்தில் இன்பவெள்ளம் பெருக் கெடுக்க!

மழைத்துளியேநீ வந்ததற்கு வணங்கிஉனை !

வரவேற்பேன் நான்.!வருவாய் மழையே துளியாகவே !

Harivishnu
(உடைந்த கண்ணாடி)

இயற்கையுடன் ஒரு நாள்

இசைபாடும் தென்றலில்,

இனிதே ஒரு நாள் பிறந்தது, இயற்கையுடன்...!

அருவியின் அடிவாரத்தில்,

மூழ்கிய என் பாதங்களின் மேல்,

ஆனந்தமாய் நீரோடை கடந்து செல்கிறது...!

அருகிலுள்ள மரத்தில் - ஒரு

ஆரஞ்சு பழத்தை, குரங்கு

அன்பாக குழந்தைக்கு பிரித்து ஊட்டுகிறது...!

அழகுற மரங்கள் - தினமும்

அசைத்தவாறே இயற்கைக்கு,

பிராணவாயுவை பரிசளித்தது...!

மேகங்கள் ஒன்றினைய,

மயிலின் தோகை விரிவடைய,

இனிதே மழைத் துளிகள் பிறந்தன...!

அப்சல்

அழகென்னும் இயற்கையே!

வானவில்லின் நிறம் தாண்டி,

உந்தன் வண்ணங்கள் பல கண்டேன்!

மண்வாசனையிலும், மலர்களிலும்

என் மனம் மயங்கும் மணம் நுகர்ந்தேன்!

பகல், இரவென உந்தன் இருமுகங்கள் கண்டேன்!

விதை ஒன்று விதைப்பின்

உயிர் ஒன்று முளைக்கும் அதிசயம் கண்டேன்!

என் தாகம் தீர்க்கும் உன் நிறமற்ற

தண்ணீரின் சுவை கண்டேன்!

உன் மூச்சினை உள்வாங்கி,

என் ஆயுளை நீட்டிக்கும் பேரதிசயம் கண்டேன்!

உயிர்கள் பலவற்றை உன்னில் கொண்டு,

அவை வாழ அனைத்தையும் கொண்டிருப்பதை எண்ணி
வியப்பெய்தினேன்!

உந்தன் அமைதியின் அழகையும் ரசித்திருக்கிறேன்,

கோபத்தின் உச்சத்தையும் கவனித்திருக்கிறேன்!

ஆயிரம் ரகசியம் கொண்ட இயற்கையே!

ஏதேனும் ஒன்றை எனக்காய் அவிழ்ப்பாயோ!

Karllmarz

இயற்கை

இதயத்தின் எண்ணங்கள் நின்றாட விட்டு

நிழல் கொஞ்சும் அசைவை கலந்தாட விட்டு

சேர்த்து செய்த களஞ்சியமே

இயற்கையெனும் பேரெழிலே

விரல் நழுவி விட்ட ஓவியமே

உயிர்கள் எனும் காவியமே

நீரிட்ட பரப்பே அறிவு இட்ட துளிர்ப்பே

ஒன்றிலிருந்து வேறான வடிவே

புது உயிரான வளர்ப்பே

புதுமைகளின் கலப்பினமேஅது-

மனிதனெனும் விஞ்ஞானமே

காலமிட்ட நன்கொடையேஅது-

பரிமாணங்களெனும் சுழற்சியே

தாவரங்களெனும் இனமேஅது-

உணவெனும் ஆதாரமே

கண்டுபிடிக்களெனும் திருப்புமுனையேஅது-

பல தோன்றலின் முன்னெடுப்பே

ஆயிரம் கடவுள் இருந்தும் நமை படைத்து

இயற்கைதான் எனும் அறிவு என்று வளருமோ...

மதத்தை மறந்து மனிதத்தை என்று நினைப்போமா!!!..

புலவர் அழகு

இயற்கையும் இதயமும்

உலகம் பார்க்கா, இதயம் தொடும்

ஓங்கி உயர்ந்த மலையின் நடுவில்,

எங்கும் பச்சை மனம் வீசும் புல்வெளியின் சுவாசம்...

இசையாய் கண்ணில் புலப்பட!

வீசும் தென்றலில் மனம் மயங்க!

வானம் தன் வாழ்த்துதலாய்

மழைத்துளியை நம்மில் செலுத்த!

காதல் என்றும் காற்றின் உன்னுடன்

பறக்கிறது என் மனம்!

மழை விழுந்த போதெல்லாம்...

உன் மடியில் விழுந்த நினைவுகள்!

மழைத்துளியின் இசையாய் உன் இதழ் ஈரம்!

துளி தொடும் இடமெல்லாம் உன் விரல் தொட்ட
உணர்வுகள்!

இயற்கையும் என் இதயமும் உன்னில் இணைந்திட
கண்டேன்!!

Jency Clara (Reji)

விதைக்கு உயிர்கொடு

பூமியில் புதைந்தாலும்

மரமாய் வளரும்

நீரில் நனைந்தாலும்

உயிரைக் கொடுக்கும்

வெயிலில் காய்ந்தாலும்

நமக்கு நிழல் தரும்

காற்றில் பறந்தாலும்

மண்ணுக்கு உரமாகும்

கனலில் எரிந்தாலும்

சமைத்த உணவாகும்

விதைக்கு உயிர்கொடு

உலகை வளர்த்திடு

கபிலன்ப.மோ.

காதல் சொல்ல வந்தேன்

எல்லை காணா ஞாலம் அதில் - உன்னைக்

கண்டு வியக்கிறது என் ஞானம்!!

மதி மயங்கி, மனம் விரும்பியது...

விடியும் பொழுதில் வெளிச்சமாக

ஞாயிறு-அந்தி சாயும் பொழுதில்

திங்கள் என - வசீகரித்தவளே,

என்றும் இளவரசியாக நீ விண்ணில்;

உந்தன் இரசிகையாக நான் மண்ணில்!!

மாரியாக அணைத்து, தொட்டு தாலாட்டும் அருவி!

ஆழியில் கண்ட முத்துக்கள் - நீ

அருளும் அன்பின் சொத்துக்கள்..

மலரும் பூக்களில் மிளிரும் அதிகாலை பனித்துளி !

படர்ந்த பாலைவனம்; கண்கள் விரியும் சோலைவனம்,

வான் மேகத்தை கொஞ்சும் மலைகள்,

கானங்கள்; வெண்பனியில் உறைந்த துருவகண்டங்கள் -
பேரழகே!!

சொல் அற்று உறைந்த நான் நித்தம் துடிக்கிறேன்!

தவமாய் கிடக்கிறேன்!! நின் அழகால் தீண்டிட,
ஏங்குகிறேன் உன் காதலியாக..!!!

இயற்கையின் காதலி, பிரியதர்ஷினி. வி

கடல்

வானத்தின் நிறம் கொண்டாய்...

வற்றாத குணம் கொண்டாய்...

விஞ்ஞானம் வியக்கும் விசித்திரம் பல கொண்டு

பார் உலகின் பாதிக்கு மேல்இடம் கொண்டாய்...

உயிரியலின் முதலும் நீ..

உயிராய் ஓடும் நதிகளின் முடிவு நீ...

காற்றின் காதில் கதை பேசும்

கண்டங்கள் சூழ்ந்த காந்தமும் நீ...

பசி தீர படகோட்டும் பாமரனாம்

மீனவனுக்கு தஞ்சம் தந்த தண்ணீர் தாயும் நீயாவாய்...

எம் தமிழ் பாவலனுக்கு கற்பனை

தந்த கருவறையும் நீயாவாய்...

நண்டுகள் ஓடும் சர்கரை மணலில்

வண்டுகள் போல பறந்து வந்தோம்..

நீயோ நுரைப் பொங்கி கரை சேர்ந்து அலையென வந்து

என் பாதம் நனைத்ததால் எங்கள் கர்வம் முழுவதும்

உன் மடியில் கரைத்தோமே.....

செ. ஸ்டீபன்

அனைத்தும் நீ

நான் காணும் இடத்தில் நிறைந்தவள்.

காணாதிடம் உணர்வில் கலந்தவள்.

மழைத்துளியாய் வந்து இளந்தளிராய் நின்றாய்

ஒளிக்கதிர் பகலும் பனிவிழும் இரவும்

சித்திரை வெயிலும் பின்பனி குளிரும்

வாடைக்காற்றும்

என்னை வாடவிடா தென்றலும்

ஏழ்வண்ணத் திரையும் கரைதொடும் நுரையும்

உன்னை மறந்தாலும் மறுத்தாலும்

நீயில்லா இடம் ஏதடி...

நீ இன்றி என் உயிர் வேரற்று போகுமடி...

இயற்கையே...!! என் வாழ்வின் இருக்கையே...!!

ரோஷினி

நளின மலர்

கண் இரண்டும் போதாதடி!

இதழ் விரித்த மலர்,

இன்னிசை இல்லாத

மெல்லிசையான தென்றல்

ஸ்பரிசிக்கையில்,

ஜதி தாளம் இல்லாமல்

நந்தனம் புரிவதை காண....

நங்கை அவளும் ஒளவியம் கொள்வாள்,

நளின மலர் அதை காண்கையில்....

Monisha Paramaguru

பறவைகள் தினம்

பண்ணுக்கே ஓசை கற்று தந்தாயே!!

புற்களின் மேல் புள்ளினங்களிலே

சிட்டுச் சிட்டாகச் சுற்றி சுற்றி வந்த உன்னைத்
தேடுகிறேன்..

பந்தல் போன்ற ஆகாயத்தில்

பல சிந்தை கொண்டு வலசை போகும் உன்னை
தேடுகிறேன்..

பாலும் நீரும் கலந்தால்

பாலை மட்டும் பிரிக்கும்

பாவையின் நடைக்கு ஒப்பாக கூறும்

அன்னமே உன்னை தேடுகிறேன்...

என்று? என் நயனங்களுக்கு தாங்கள் புலப்படுகிறீர்களோ....

அன்றே பறவைகள் தினத்தை கொண்டாடுவேன்....

தேன்மொழி

எங்கே செல்கிறாய் இயற்கையே

புவியின் ஆதாரமாய் இருந்தவள்

தன் அடையாளம் தொலைத்து அழிகிறாள்

அன்பு கொண்ட மனித மனங்கள்

ஆசை அதிகம் கொண்டதால்

ஆடம்பரம் ஆசையென மனித மனதை கெடுத்ததால்

இயற்கை காத்து உழைத்து களைத்து

குடும்ப தேவை நிறைத்தவன்

இயற்கை அழித்து பணத்தை பெருக்கி

தலைமுறைக்கு சேர்க்கும் ஆசையால்

வேரை அழித்து நீரை ஊற்றி

மரத்தை வளர்க்க முடியுமா???

தடத்தை சிதைத்து வழியை மறைத்தால்

வளியில் மேகம் கூடுமா ?

இயற்கை வளத்தால் பூமி சுவாசம் இயங்க

சுவாசம் அழித்தால் தலைமுறையின் வாசம்?

உலகராஜன்

சாரல் மழையே!

மேற்கு தொடர்ச்சி மழையினிலே கனமழை
கொட்ட - காதல் இன்பம் பெற்று
உள்ளம் நிறைந்து மகிழ்வினில் களிப்புற
சாரல் மழை வீசுமே தென்னகத்தே

புல்லின் நுனியில் பட்டத் துளி
இலையின் வழியே சருக்கி விழ
மனதின் சோகங்கள் யாவுமே - நீர்
துளியாய் கரைந்தோடிடுமே!

அந்தியிலே மனதை மயக்கி - நீரில்
தூவிய உப்பாய் துன்பங்கள் கரைத்து
மதி மயக்கும் இன்பங்களை பெருக்கிடும்
சாரல் மழையே! சாரல் மழையே!

மேனி உரசும் தென்றலால் சுமந்து
உள்ளம் மகிழும் குளுமைதனை தோய்த்து
பிரிந்த இதயங்கள் சேர்த்து - இசையின்
அலையாய் வரும் நீயோ கவிஞனின்
பார்வையில் என்றும் உயர்ந்தவளே!

Jones adaikalaraj R

சிட்டுக்குருவி

பெருவிரல் அளவினிலே! சிறகடிக்கும் சிட்டே!

எக்கல்லூரி சென்றாயோ? - பொறியியல் படிக்க..

மானிடரும் தோற்றனரே! அலகினால் கட்டும்

உன் கூட்டின் முன்னே!

விடியலின் அடையாலமாய் உந்தன் சத்தம்

செவிகளுக்கு விருந்தாகும்; நோய்களுக்கு மருந்தாகும்

கேட்கவில்லை அச்சத்தங்கள் காணும் கனவாய்

எங்கு சென்று கலைந்ததோ?

உடைமை கொண்ட மாந்தர் இனம்

மடைமை கொண்டதாலே உன் சமாதியின்

சின்னங்கள் கைபேசிகளாய் எங்கள் கைகளிலே!

எந்தன் சிந்தையெல்லாம் உந்தன் வேதனைகளல்ல!

என்னவளின் மொழிகேட்கும் அலைவரிசை தானே!

மன்னித்துக்கொள் சிட்டே! நானும் மனிதன் தானே!

Christoper Naveen

இயற்கையின் இன்றைய நிலை

இயற்கையின் இன்றைய நிலை நோக்கிய என் மனக்
குமுறல்கள்...
பச்சை பசேலென, வண்ணப் பூக்களுடன் வனமாய் இருந்த
காடுகளும்
சுற்றித் திரியும் வண்ணத்துப்பூச்சிக்கு இணையாய் மரத்தை
வட்டமிட்ட நாட்களும்
எங்கே தொலைந்தனவோ!? அய்யோ!!?
பாலைவனத்திலே மாட்டிக்கொண்ட பட்டுப்புழுவாய் என்
மேனி சுருளுகிறதே ...!!!
ஆற்று நீர் அருந்தி ஆரோக்கியமாய் ஆடித் திரிந்து
துள்ளிடும் மீனுடன்
நீச்சலடித்து மள்ளுக்கட்டிய பொழுதுகளும் எங்கே
தொலைந்தனவோ!!? அய்யோ!!
கானல் நீர் கண்டு தவிக்கிறதே என் நாவே...!!!
பூக்களின் வாசனையோடு வண்டுகளின் ரீங்காரமும்
தோள் கொடுத்து தேன்மழை பொழிந்த என் செவிகளை...
மாசுக்காற்றும் வாகன இரைச்சலும் மூச்சடைத்து
செவியறுக்கின்றனவே...!!!
துணிப்பையில் புத்தகம் சுமந்த பள்ளிப்பருவம் கழிந்து...
நாகரீகம் என்ற பெயரில் பூமியை நாசமாக்கும் நவீன காலம்
வளர்ந்துவிட்டதே...!!!
ஓசோனையும் ஓட்டையாக்கி...இனி கூறு போட
ஒன்றுமில்லாமல்...
நிலவையும் செவ்வாயையும் பேரம் பேசுகிறதே நாகரீக
உலகு..!!

பாரதிமகள் கி.ரா. அபிநயா

என் செய்வாய் மனிதா?

தரணி வாழ் பிறவிகளுக்கு

அன்னையாய்... மேதினியின்

போர்வையாய் மேவிடும்

பைநிறப் பாவை இவள்

அழகிற்கு ஈடிணை தான் உண்டா..?

வாழ்வளிக்கும் வதுவையிவள்

அருமையறியா கயவர் பலர்

அழிக்கும் செயல்கள் செய்ய..!

அமைதி காக்கும் அழகியிவள்

கோபக்கனல் கொண்டு பார்த்தால்..

பாரும் இல்லாது போகும்..!

ஞாலத்தின் துகள் நீ..

என் செய்வாய் மனிதா.?

கேட்டுக்கொள்... நீ அழிப்பது

இயற்கை மட்டுமல்ல..

உன் வருங்காலத்தை..!

கனவுகாதலி

வாழ்க்கையின் இயற்கை

அதிகாலை பொழுதில் நான் கண் விழிக்கும்போது

கடற்கரையில் சூரியனைக் கண்டேன்

மாலை நேரம் சூரியன் மறையும் பொழுது

மலையோரம் சாய்ந்தேன் சாய்ந்த பொழுது

இயற்கை வானவில் ஒன்று கண்டேன்

இரவினில் நான் தனியாக சென்ற போது

நட்சத்திரத்தின் கூட நிலவொன்று கண்டேன்

அருவி கொட்டும் அருகே மலையோரம் வீசும் காற்றில்

இயற்கையான மரம் ஒன்று கண்டேன்

மரத்தின் மீது பச்சை கிளிகள் கண்டேன்

கண்டேன் இரண்டும் பேசிக்கொண்டன

விடியல் எப்போது என்று இரவு முழுக்க

பேசும்பொழுது தெரியவில்லை எனக்கு

விடியல் நாளை என்று நாளை பொழுதில் நடப்பது

நன்மையாக நடக்கும் என்று வயக்காட்டை பார்த்தன

அங்கு ஒருவர் விதை விதைத்தார்

அது பயிராக வரும் என காத்திருந்தன

அதன் போல தான் நம் வாழ்க்கையும் இயற்கையும்

என்றுமே மாறாதது முடிவில்லா பயணம் இயற்கையின்

அன்பு வாழ்க்கையின் தனித்துவமான தனிமையான

இனிமையான அழகான ஓவியமான காவியமாக இருக்கும்

ஒரு அழகிய இயற்கை வாழ்க்கை

M. பிரகாஷ் 200

வாழும் போதே சொர்க்கம்

சிக்கனமாக செலவு செய்து கோட்டை ஒன்று கட்டி
தாரேன்....
சேர்த்து வைத்த காதலால காதல் கோட்டை ஒன்று கட்டி
தாரேன்.....
இயற்கைய அரணாய் வைத்து இயற்கை கோட்டை ஒன்று
கட்டி தாரேன்.....
மனதை மயக்கும் மரங்கள் வைத்து மழை வர கட்டி
தாரேன்....
பெய்த மழையை சேமிக்க நீர் நிலைகள் வெட்டி தாரேன்.....
அடைமழையை அடைத்து வைக்க அணைக்கட்டு கட்டி
தாரேன்.....
விவசாயம் செய்யும் படி விவசாயநிலத்தை மாத்தி
தாரேன்.....
இயற்கை உரம் வைத்து இயற்கை முறையிலேயே
விளைச்சலா பெருக்கி தாரேன்.....
மருந்துகள் தேவை இல்லை இயற்கையே(உணவை) மருந்தா
தாரேன்.....
உழைப்பால் வரும் வியர்வையிலே நோய் எல்லாம்
போக்கித் தாரேன்....
மெத்தயே தேவையில்லை மண்தரையில் மகிழ்ச்சி(உறக்கம்)
தாரேன்...
விவசாயம் செய்ய வந்தா வாழும் போதே சொர்க்கம்
தாரேன்....

ச.சுரேஷ்

இயற்கையின் கதறல்

பிரம்மனவன் பிரம்மிக்கும்

பிரம்மாண்ட அழகி அவள்!

தன்னை இழந்தும்

உன்னை வளர்த்தாள் அன்று;

ஆனால், அவளை இழந்து

அரைவயிற்று கஞ்சிக்கும்

அவதிப்படுகிறாய் இன்று;

அடே ! மனிதா, இது

உன் ஆறாம் அறிவின் ஏற்றமா?

அல்லது, இயற்கை அவளின்

சினத்தால் வந்த சீற்றமா?

கண்ணாய் போற்ற வேண்டிய

பெண்ணையும், கருவினிலே களைக்கும்

மனித மிருகங்களிடம்;

இயற்கை அவள் மட்டும் என்ன விதிவிலக்கா!

சி.ஜெயபாரதி

இயற்கை தந்த இளமை

செம்மண்ணில் எழுதினேன் கவிதை

காற்றில் கலந்து விட்டதே காகிதம்

உன்னையே சுற்றி சுற்றி வரும்

மாயம் என்னவோ சொல்லாய்

தென்றல் பேச்சில் சொல்வாயா?

தென்னங்கீற்றின் உரசளில் சொல்வாயா?

நாற்றின் வாசம்கலந்து சொல்வாயா?

இல்லை பேசாமலே போவாயா?

இளமையில் அழகு எளியதன்றோ

உனை எத்தனை இளமை தீண்டி இருக்கும்

இந்த இளைஞன் தீண்டுதற் போல

அறிவியல்மாறி ஆட்சிமாறி - அந்த

பொறாமை மனிதனின் குணமும் மாறலாம்

எப்போதும் இளமையான இயற்கையே - எப்போது

என காத்திருக்கேன் உன்னோடு நானினைய

எம்.எஸ்.முகேஷ் கபிலன் (MK)

இயற்கையின் கவிச்சாரல்

பசுமையாலும் நீராலும் அமைந்த இவ்வுலக உருண்டை
அழகு,

மண்ணில் வாடியிருக்கும் பயிரை கண்டு வானம் அழுவது
அழகு,

இங்கு வாழும் மனிதர்கள் தன் மீது எவ்வளவு
துளைத்தாலும்

அதை தாங்கும் பூமித்தாய் அழகு,

தன்னை அழித்தாலும் தம் உறவினரால் அனைவருக்கும்

குடையாய் இருக்கும் மரங்கள் அழகு,

தன்னை காண வருபவர்களை வரவேற்க பொங்கி வரும்

சமுத்திரத்தின் அலைகள் அழகு,

காலை பணிக்கு சென்று மாலை தன் பிள்ளைகளை

காண வரும் தாய் போன்ற மதியழகு,

உறங்கும் மரங்களையும் உயிரனங்களையும்

காலை எழுப்பும் கதிரவன் அழகு,

எமது இருப்பிடத்தை விழாக்காலம் போன்று மாற்றும்

அலங்கார விளக்கு போன்ற விண்மீன்கள் அழகு,

பஞ்சு படுக்கை போன்ற புல்லினங்கள் அழகு,

ஒன்றை ஒன்று கொஞ்சி விளையாடும்

வண்ண மலர் கூட்டங்கள் அழகு,

அழகிற்கே அழகு சேர்க்கும் எம் தமிழால் அமைந்த

இக்கவிச்சாரல் அழகு..

சக்தி அருண்

மழையும் தேனீரும்

மாலையும் மங்குகிறது,

கருமேகங்கள் ஒருசேருகிறது...

ஒன்றுடன் ஒன்று

மலைமேல் பட்டுமோதிக்கொள்ள...

சொட்ட சொட்ட,

மழைத்துளிகள் புல்லில்பட...

புல்லும் வெட்கம்கொண்டது,

காற்றின் அசைவால்...

இதனை கண்டுகளிக்கிறேன்,

தேனீரை ருசித்துக் கொண்டு..!

மாயோன்

மீட்போம் இயற்கையை

தண்ணீர் வடித்த மேகமும்

அழுக்கோடு அமிலத்தோடு......

மாசிலா தென்றலாய் தீண்டிய

காற்றும் மாசோடு......

புவி காத்த. ஓசோன்

படலமும் ஓட்டைகளோடு......

முப்போகம் விளைந்த. நிலமும்

அடுக்கு மாடிகளோடு......

இயற்கை தாயாகிய மரங்களோ

ஏடுகளிலே தாளாகி......

ஏரிகளோ ஏக்கர் கணக்கிலே

விலை நிலங்களாகி......

மாசடைந்த. மனிதரால் மாசு

அடைந்த இயற்கை அன்னையை மீட்போம்...

பாரதி துவாரகா. செ

இயற்கையின் காதலி

வானமும் விரிந்து,

அதில் பறவைகளும் பறந்து,

உலகினில் இயற்கை சிறந்து,

விளங்குவதே அது மனிதனுக்கு தரும் விருந்து!

விலங்கிடம் பேசினால் அன்பை அறிவோம்,

இந்த நீர்நிலைகளை கண்டால்

வாழ்க்கையை புரிவோம் ,

நிமிடத்தில் இதயத்தை திருடும் இயற்கையை
காதலிக்காதவர்கள் யார்?

கண் திறந்து பார்!

ப.கலைவாணி

இயற்கைத் துரோகிகள்

"பிலாஸ்டிக்கை ஒழிப்போம்"

என நெகிழிப் பையுக்குள் எழுதி வைக்கும்

நேர்மையானவர்கள் நாம்....

"மரம் வளர்ப்போம்"என்பதை

வெட்டிய மரத்தில்ஒட்டி வைக்கும்

கெட்டிக்காரர்கள் நாம்....

"அசுத்தம் செய்யாதீர்" என்பதில்

"அ"வை அழிக்கும் அறிவாளிகள்நாம்....

"விவசாயம் அவசியம்" என்று

விளைநிலங்களில் வீட்டைக் கட்டி

பாடம் எடுக்கப் படித்தவர்கள் நாம்....

இப்படியும் சிலர் உலகைக் கெடுக்க

ஆனந்த கண்ணீராய் இருக்கும் மழை

அமிலமாக மாறுவதில் ஆச்சரியம்என்ன....

இனியும்,இயற்கைத் துரோகிகள்

தானாய் திருந்தா விட்டால்

யார் என்ன பண்ண?

தமிழமுதன்

பேரன்பாய் அள்ளி கொடுத்த சாரல்

வீட்டின் சுவரில் இருக்கும் பாரதி பேசும் திமிரும்...

எங்கள் பாட்டன் பெருமை சொல்லும் அந்த

மஞ்சுவிரட்டும்....

ஊருக்கே அன்னம் இடும் எங்கள் சாமிகளின் விவசாயம் சொல்லும்

இயற்கையின் அருமை பெருமைகளை.....

வடித்த சோறு , காலில் சேறு,தோலில் மண்வெட்டி

,இடையில துண்டு...

கையில காங்கேயம்.

இடையில் காவிரி குடம்....முகத்தில் மஞ்சள்

சந்தனமும்,குங்குமமும் சண்டையிட்டு நிரம்பிய வகுடெடுத்த

நெற்றி....

உடுப்பில் பருத்தி,பேச்சில் மிடுக்கு.......

குழலாடும் காதோடு....

குழவி பேசும் சொல்லோடும்......

ஞாழல் சிந்தும் தேன் துளியாய்.......

வெய்யோன் ஓட்டி உறவாடும் கருமையை அழகென

பூண்டு......

வைரம் என நெஞ்சுரம் கொண்டு வஞ்சம் கொஞ்சமும்

இல்லா தூரல்.....

இயற்கை பேரன்பாய் அள்ளி கொடுத்த சாரல்....

மாளவிகா ராஜேந்திரன்

அவனே உன்னவன்

அழகிய! முழுமதியே உந்தன் மதிமுகம் வாடியதன் காரணம்

உந்தன் மஞ்சள் கீற்றின் புன்சிரிப்பு ரசிக்கவே

நான் இங்கு வந்தேன் ஆனால்,

நீயும் தலைகவிழ்ந்து நிற்பதன் காரணம் தான் என்ன?

மேற்கு நோக்கி சென்ற என் மன்னவன்

செங்கதிரவன் இன்னும் வரவில்லை!

அவன் கிழக்கில் உதித்து செக்கச்சிவந்த கதிர்களை

என் மீது படரும் வரை தலை கவிழ்ந்த நான் தலை
நிமிரேன்.....

அவன் ஒளியால் நான் பிரகாசம் அடைகிறேன் :

அவனால் நான் தலை நிமிர்கிறேன் கவரப்படுகிறேன்
அனைவராலும்.....

அவனில் இருந்து தோன்றியவள் நான் அவன் நாமத்தை

முன்னதாக கொண்டவளும் நானே

ஆகையால், இந்த சூரியனின் சூரியவள்

அவன் வருகைக்காக காத்திருப்பாள்

காலம் உள்ளவரை சூரியனின் சூரியகாந்தி

நவீனா இனியாழினி

இயற்கை

இயற்கையின் பெருமாட்சியில்..

பேரிடர்களின் நெருக்கடியில்..

நான் உங்களுக்கு பதில் உரைக்கிறேன்!

என்றாவது ஒரு நாள் நீங்கள் என்னை பார்க்கும் போது,

நான் உங்களுக்கு எதிரியாக தோன்றுவேன்!

ஆக.,

என்னை உணருங்கள்

தங்களின் வாழ்வியல் பயணம் உங்கள் வசம்..!

அரிதாகத் தோன்றும், எனது தகவல்! ஏனெனில்

என் அழகு செறிந்த சோலைகள் எங்கே?

என் பழமை பொங்கும் சூழல் எங்கே?

என் பெருமைகள் பேசும் பசும்பொன் எங்கே?

எனது அழகின் பாரம்பரியம் உங்களால் பாழ்படுகிறதே!

நான் உங்களிடம் மன்றாடுவது, இருப்பதனை பாதுகாக்க
முயற்சியுங்களேன்..!

இளங்கவி பாரதமணி கண்ணதாசன்